માંડૂક્ય ઉપનિષદ્

અ –   જાગૃત   : વૈશ્વાનર

ઉ –   સ્વપ્ન   : તૈજસ

મ –   સુષુપ્તિ : પ્રાજ્ઞ

ૐ –   તુરીય   : પરબ્રહ્મ

અવસ્થાઓનું ઓમકારની માત્રાઓ તથા બ્રહ્મના ચાર પાદ સાથે સામંજસ્ય પૂર્વક વર્ણન

Mandukya Upanishad

માંડૂક્ય ઉપનિષદ્

લેખક - પ્રકાશક :

સંપૂર્ણ જીવન ટ્રસ્ટ

૩૬, અજિતનાથ સોસાયટી,
પાણીની ટાંકી પાસે, કારેલીબાગ,
વડોદરા – ૩૯૦ ૦૧૮.
ફોન : ૦૨૬૫ – ૨૪૬૪૮૫૯
Email : sampurnajeevantrust@gmail.com

પ્રત : ૧૦૦૦, જુલાઈ, ૨૦૧૮

:: પ્રસ્તાવના ::

માંડૂક્ય ઉપનિષદ્ સાધકને નિશ્ચિત ઉપાસના પદ્ધતિ અપનાવવા દિશાનિર્દેશ કરે છે. ધ્યાનમાં બેસનારા મોટાભાગના સાધકોના સાધના ખંડમાં ૐ નું ચિત્ર હોય છે. પરંતુ નિરંજન, નિરાકાર બ્રહ્મ, સાકાર બ્રહ્મ અને ઓમ વચ્ચે શું સામંજસ્ય છે અને 'ઓમ'ની ઉપાસના દ્વારા બ્રહ્મને કેમ પામી શકાય તેની સ્પષ્ટ સમજ આવશ્યક છે.

પરબ્રહ્મ પરમાત્માના ચાર પાદ, ચાર ચરણ અથવા ચાર વિભાગ અને ઓમની ચાર માત્રાઓ સાથે તેનું સામંજસ્ય સમજાવીને ઋષિ આ ઉપનિષદ્માં બ્રહ્મનાં વિવિધ નામો અને ઓમની વિભિન્ન માત્રાઓ સાથે વિધિવિહત સાધના કરવાથી સાધક કઈ રીતે અધ્યાત્મ માર્ગે ઊર્ધ્વગામી બની શકે તેનું ગુહ્ય જ્ઞાન અત્યંત સરળ રીતે સમજાવ્યું છે.

ઓમકાર એ પરમાત્માનો આવિર્ભાવ, પરમાત્માનું એક નામ અને પ્રતીક છે. તેની અ, ઉ, મ અને ✆ એમ ચારેય માત્રાઓની ક્રમશ: ઉપનાસના કરવાથી પ્રથમ સકામ અને પછી નિષ્કામ કર્મ દ્વારા સાધક ભૌતિક જીવનમાં અને પછી આધ્યાત્મિક જીવનમાં પ્રગતિ પામી શકે છે. તેની સાધનામાં ગતિ આવે છે. તે નિર્દ્વન્દ્વતા, શાંતિ અને આનંદ પ્રાપ્ત કરી મોક્ષમાર્ગી બની શકે છે તેનું રસાયણ ઋષિએ સામાન્ય સમજ ધરાવતા સાધક માટે ઉપલબ્ધ કરાવી દીધું છે.

ઓમકારની ચારેય માત્રાઓની ઉપાસના દ્વારા સાધકે બ્રહ્મના વૈશ્વાનર, તેજસ, પ્રાજ્ઞ અને પૂર્ણબ્રહ્મના આનંદ સ્વરૂપોને ઓળખવાનાં છે.

આવો, આપણે આ ઉપનિષદ્નો મર્મ સંપૂર્ણ શ્રદ્ધા અને ભક્તિભાવપૂર્વક સમજવાનો પ્રયત્ન કરીએ.

- સંપૂર્ણ જીવન ટ્રસ્ટ

:: ઉપનિષદ્નો મર્મ ::

આપણા ઋષિઓ યોગી ઉપરાંત વૈજ્ઞાનિક હતા. તેમણે જે સત્યનો સાક્ષાત્કાર કર્યો અને વ્યાવહારિક જીવનમાં અનુભવ મેળવ્યો, તેનું સંકલન કરીને જે શબ્દદેહ આપ્યો તે ઉપનિષદ્.

ઉપનિષદ્ એ આધ્યાત્મિક જીવનવિદ્યા છે, જે આપણી ભવ્ય સંસ્કૃતિનું સર્વોત્તમ મૂળ છે. વેદના એ અંતિમ ભાગને વેદાંત કહે છે, તે વેદોમાંથી જ તારવવામાં આવેલાં છે. અલગ અલગ ઋષિઓ દ્વારા અલગ અલગ ઉપનિષદોમાં એક એક વિષયને વિગતવાર સમજાવવામાં આવેલ છે. કુલ ૧૦૮ ઉપનિષદ્દો લખાયાં છે, તેમાં ૧૧ ઉપનિષદ્દો મુખ્ય છે. ઈશ, કેન, કઠ, પ્રશ્ન, મુંડક, માંડૂક્ય, તૈત્તિરીય, ઐતરેય, બૃહદારણ્યક, છાંદોગ્ય અને શ્વેતાશ્વતર છે.

ઉપનિષદોમાં અગત્યના વિષયો જેવા કે જીવાત્મા, વિદ્યા-અવિદ્યા, પરાવિદ્યા-અપરાવિદ્યા, દ્વૈત-અદ્વૈત, સંભૂતિ-અસંભૂતિ, દેવ અને દાનવનાં લક્ષણો, વર્ણવ્યવસ્થા અને ચાર આશ્રમ વ્યવસ્થા, આત્મા, આત્મજ્ઞાન, બ્રહ્મ, બ્રહ્મજ્ઞાન, પરમાત્માનું સ્વરૂપ, પ્રકૃતિ, ત્રણ ગુણ (સત્ત્વ, રજસ, તમસ), પંચમહાભૂત (આકાશ, વાયુ, તેજ, જલ અને પૃથ્વી) અને આત્મા પર આવેલાં વિવિધ આવરણોના કોશો રૂપે વર્ણન, કર્મ, શાંતિ, સત્ય, આનંદ, ઉપાસના તેમજ ભક્તિની સાચી સમજ આપેલી છે.

ઉપનિષદ્દોમાં પરમાત્માના સ્વરૂપ અને કર્તવ્યનું સુંદર વર્ણન કરવામાં આવ્યું છે. પરમાત્મા શ્રેષ્ઠ, સત્ય, ચૈતન્ય સ્વરૂપ છે. તેમની જ સત્તા છે. પરમાત્મા પોતે જ સકળ સૃષ્ટિરૂપે આવિર્ભાવ પામ્યા છે અને તેનું સંચાલન પણ તેઓ જ કરે છે. તેમણે જ મનુષ્યનું સર્જન કર્યું છે અને તેમાં ચૈતન્યશક્તિરૂપે આત્માનું નિરૂપણ કર્યું છે. આ આત્મા અને પરમાત્માના સંબંધનું વર્ણન ઉપનિષદ્દોમાં વિગતવાર કરેલું છે. ઉપનિષદ્ પાપ અને અજ્ઞાનને દૂર કરે છે

અને સાચું જ્ઞાન આપે છે. ઉપનિષદ્નું જ્ઞાન બ્રહ્મપ્રાપ્તિ માટે અને દૈનિક જીવન માટે બહુજ ઉપયોગી છે.

કર્મનો સિદ્ધાંત સમજાવીને માણસને નિષ્કામ કર્મ દ્વારા અંતઃકરણ શુદ્ધ કરવાની પદ્ધતિ બતાવી છે તથા ઉપાસનાની વિવિધ પદ્ધતિઓ સમજાવીને કેવી રીતે મૃત્યુ પહેલાં માયા અને વાસનાઓનો ક્ષય કરીને સંપૂર્ણ વૈરાગ્યની સ્થિતિએ પહોંચી શકાય તેનું વર્ણન છે. આમ અવિદ્યાનો પડદો હટવાને કારણે પરમાત્માનું દર્શન સ્પષ્ટ થતું જાય છે.

ઉપનિષદ્ સમજાવે છે કે દરેક વસ્તુ પરમાત્માની માલિકીની છે, જેથી તેના માલિક નહીં પણ ટ્રસ્ટી બની, ત્યાગીને ભોગવવાનું શીખવે છે. માણસે ભોગોના કે સમૃદ્ધિના ગુલામ નથી થવાનું. પરંતુ પોતાનું જીવન સાદગીભર્યું અને ત્યાગપૂર્ણ બનાવવું જોઈએ.

આપણે જોઈ રહ્યા છીએ કે છેલ્લા બે શતકમાં ભૌતિક જીવન માટે જરૂરી શિક્ષણનું સુંદર માળખું ગોઠવાયેલું હોવાથી આપણે તેને સમૃદ્ધ બનાવી શકયા છીએ, પરંતુ સમાજમાં પ્રવર્તી રહેલ આધ્યાત્મિક નિરક્ષરતાને કારણે સંકુચિતતા, અંધશ્રદ્ધા, નૈતિક મૂલ્યોનું અધઃપતન, પાપાચાર, ભ્રષ્ટાચાર, દંભ, સંપત્તિનું પ્રદર્શન, વ્યક્તિપૂજા જેવાં દૂષણો ઝડપથી વધી રહ્યાં છે ત્યારે ઉપનિષદ્ના આધ્યાત્મિક જ્ઞાનનું મહત્ત્વ ખૂબજ વધી જાય છે.

આધ્યાત્મિક જ્ઞાન અને ભૌતિકજ્ઞાનમાંથી કોઈ એક જ જ્ઞાન પૂરતું નથી, પરંતુ આ બંને જ્ઞાનનો સમન્વય જરૂરી છે. આ બંને વિદ્યાઓ ગુરુકુળમાં એક જ ગુરુ દ્વારા સમાન રીતે આપવામાં આવતી હતી જેથી તેનું પરિણામ ઉત્તમ જોવા મળતું હતું. એ વ્યવસ્થા પડી ભાંગતાં હાલમાં પરિસ્થિતિ અસંતુલિત થઈ ગઈ છે. તેથી મોટા ભાગના લોકો અજ્ઞાનતાને કારણે ભગવાનને ભજવાને બદલે વ્યક્તિપૂજા તરફ વળી ગયા છે અને અંધશ્રદ્ધામાં જીવે છે, તથા ઉપનિષદ્નું સત્યજ્ઞાન લુપ્ત થઈ રહ્યું છે.

ઉપનિષદ્‌નું જ્ઞાન વ્યક્તિમાં પરિવર્તન લાવે છે અને તેનો આધ્યાત્મિક વિકાસ થવાના કારણે તેનામાં નમ્રતા, માનવતા, નિર્ભયતા, ઉત્સાહ, સદ્‌ભાવના, સ્થિરતા અને હકારાત્મકતાનો સંચાર થાય છે, જેને કારણે તે પોતાનો વ્યક્તિગત વિકાસ સાધીને કૌટુંબિક, સામાજિક, રાષ્ટ્રીય અને વૈશ્વિક બાબતોમાં પોતાનો સક્રિય ફાળો આપવા માટે સક્ષમ બની શકે છે.

આ ઉપનિષદ્‌નું જ્ઞાન જ્ઞાની પુરુષો દ્વારા અન્યને આમને - સામને બેસીને આપવામાં આવેલું જ્ઞાન છે, જે જ્ઞાન વિગતવાર મેળવવું હોય તો ઉપનિષદ્‌નો અભ્યાસ કરવો જરૂરી છે.

❖　❖　❖　❖　❖

માંડૂક્ય ઉપનિષદ્

:: પરિચય ::

અદ્વૈતના સિદ્ધાન્તને પરિભાષિત કરતું માંડૂક્ય ઉપનિષદ્ અથર્વવેદીય બ્રાહ્મણ ભાગ અંતર્ગત આવેલું છે. તેમાં ૧૨ શ્લોક છે. તેમાં ઓમકારની માત્રાઓ અને બ્રહ્મના ચાર પાદનો આશ્રય લેવામાં આવ્યો છે. કેવી રીતે એક જ તત્ત્વના આવિર્ભાવ થકી આટલું બધું વૈવિધ્ય કેળવાયું છે, તેમ છતાં બીજું કોઈ તત્ત્વ નથી. એક માત્ર બ્રહ્મતત્ત્વ જ છે.

ૐ એ પરબ્રહ્મ પરમાત્માનું નામ તથા પ્રતીક છે. બ્રહ્મ અને ૐ ની અ, ઉ અને મ એવી ત્રણ માત્રાઓ સહિત અને એ માત્રાઓ રહિત પણ તેના અવ્યક્ત રૂપ સાથે પરબ્રહ્મ પરમાત્માની એક એક પાદની સમતા દર્શાવવામાં આવી છે. આ રીતે બ્રહ્મ અને તેની ઓળખ ૐ બન્ને અભિન્ન છે. તેથી કહેવામાં આવ્યું છે કે ૐ અક્ષર જ પૂર્ણબ્રહ્મ અવિનાશી પરમાત્મા છે. તે પરમાત્મા સ્થૂળ અને સૂક્ષ્મમાં કેવી રીતે આવિર્ભાવ પામ્યા તે સમજાવવામાં આવ્યું છે.

ઓમકારની માત્રાઓ અને બ્રહ્મના પાદની ક્રમશઃ ઉપાસના કરનારને શું પ્રાપ્તિ થાય છે તેનું તર્કસંગત વર્ણન છે.

નીચેના કોષ્ટક દ્વારા બ્રહ્મ, ૐ અને જીવાત્માની અવસ્થાઓ વચ્ચેનું સામ્ય સારી રીતે સમજી શકાશે.

અ નુ.	જીવાત્માની સ્થિતિ	ૐની માત્રા	સ્થિતિ	કોષ	બ્રહ્મનું નામ	બ્રહ્મનું સ્વરૂપ
૧	જાગ્રત અવસ્થા	અ	બહિર્પ્રજ્ઞ	અન્નમય અને પ્રાણમય કોષ	વૈશ્વાનર	અક્ષરબ્રહ્મ
૨	સ્વપ્ન અવસ્થા	ઉ	અંતઃપ્રજ્ઞ	મનોમય કોષ	તૈજસ	અક્ષરબ્રહ્મ
૩	સુષુપ્તિ અવસ્થા	મ	પ્રજ્ઞાનધન	વિજ્ઞાનમય કોષ	પ્રાજ્ઞ	અક્ષરબ્રહ્મ
૪	તુરીય (સમાધિ) અવસ્થા	ँ	શિવરૂપ	આનંદમય કોષ	પરમ બ્રહ્મ	પરમબ્રહ્મ

॥ ૐ શ્રીપરમાત્મને નમઃ ॥

માંડૂક્ય ઉપનિષદ્

શાંતિ પાઠ

ૐ ભદ્રં કર્ણેભિઃ શૃણુયામ દેવા ભદ્રં પશ્યેમાક્ષભિર્યજત્રાઃ ।
સ્થિરૈરઙ્ગૈસ્તુષ્ટુવા ̐ સસ્તનૂભિર્વ્યશેમ દેવહિતં યદાયુઃ ॥

સ્વસ્તિ ન ઇન્દ્રો વૃદ્ધશ્રવાઃ સ્વસ્તિ નઃ પૂષા વિશ્વવેદાઃ ।
સ્વસ્તિ નસ્તાક્ષ્ર્યો અરિષ્ટનેભિઃ સ્વસ્તિ નો બૃહસ્પતિર્દધાતુ ॥

॥ ૐ શાન્તિઃ શાન્તિઃ શાન્તિઃ ॥

ભાવાર્થ : હે દેવગણ ! અમે અમારા કાનોથી કલ્યાણકારી વચન સાંભળીએ. નિંદા, કુથલી, અપશબ્દો અથવા અન્ય પાપની વાતો અમારા કાનમાં ન પડે અને અમારું જીવન યજન - પરાયણ બને. અમે સદા ભગવાનની આરાધનામાં રત રહીએ. આંખોથી સદા કલ્યાણનું જ દર્શન કરીએ. કોઈપણ અમંગલકારી અથવા પતન તરફ લઈ જનારાં દૃશ્યો તરફ અમારી દૃષ્ટિનું આકર્ષણ કદી ન થાય. અમારું શરીર, પ્રત્યેક અંગ - અવયવ સુદૃઢ અને પુષ્ટ બને. તે પણ એટલા માટે કે અમે સદા ભગવાનનું સ્તવન કરતા રહીએ. અમારું જીવન ભોગ - વિલાસ અથવા પ્રમાદમાં ન વીતે. અમને એવું જીવન મળે જે ભગવાનના કાર્યમાં કામ આવે. જેની કીર્તિ ચારે તરફ ફેલાયેલી છે એવા દેવરાજ ઈન્દ્ર, સર્વજ્ઞ પૂષા, અરિષ્ટનિવારક ગરુડ અને બુદ્ધિના સ્વામી બૃહસ્પતિ - આ બધા દેવતા ભગવાનની ભવ્ય વિભૂતિઓ છે, તેઓ સદાય અમારું કલ્યાણ કરે. એમની કૃપાથી અમારી સાથે પ્રાણીમાત્રનું કલ્યાણ થતું રહે. આધ્યાત્મિક, આધિદૈવિક તથા આધિભૌતિક - સર્વ પ્રકારનાં તાપોની શાંતિ થાઓ !

ૐ ઇત્યેતદક્ષરમિદ ⁂ સર્વે, તસ્યોપવ્યાખ્યાનં,
ભૂતં ભવદ્ભવિષ્યત્, ઇતિ સર્વમોઙ્કાર એવ ।
યચ્ચાન્યત્ત્રિકાલાતીતં તદપ્યોઙ્કાર એવ ॥ ૧ ॥

શબ્દાર્થ : ૐ ઇતિ એતત્ - ઓમ આવો આ; અક્ષરમ્ - અક્ષર (અવિનાશી પરમાત્મા છે; ઇદમ - આ સર્વમ્ - સંપૂર્ણ જગત; તસ્ય - તેનો જ; ઉપવ્યાખ્યાનમ્ - ઉપવ્યાખ્યાન અર્થાત્ તેની જ નિકટતમ મહિમાનું લક્ષ્ય કરાવનારો છે; ભૂતમ્ - ભૂત (જે બની ચૂક્યું છે); ભવત્ - વર્તમાન (અને); ભવિષ્યત્ - (જે થનારું છે); ઇતિ - આ; સર્વમ્ - બધું જ જગત; ઓંકાર: એવ - ઓમકાર જ છે; ચ - તથા; યત્ - જે; ત્રિકાલાતીતમ્ - ઉપર કહેલા ત્રણેય કાળોથી અતીત; અન્યત્ - બીજું (કોઈ તત્ત્વ છે); તત્ - તે; અપિ - પણ; ઓંકાર - ઓમકાર; એવ - જ છે. ॥ ૧ ॥

ભાવાર્થ : આ ઓમકાર અક્ષર અવિનાશી પરમાત્મા છે. સંપૂર્ણ જગત તેનો જ આવિર્ભાવ છે. જે કંઈ સ્થૂળ અને સૂક્ષ્મ જગત પહેલાં ઉત્પન્ન થઈને લય પામ્યું છે, જે આપણે વર્તમાનમાં જોઈ રહ્યા છીએ તથા જે ભવિષ્યમાં ઉત્પન્ન થનારું છે તે બધું જ ઓમકાર છે, અથવા પરમાત્મા છે. આ તત્ત્વ ત્રિકાલાતીત છે. તેના સિવાય બીજું કોઈ જ તત્ત્વ નથી.

વિવેચન : કારણ, સૂક્ષ્મ અને સ્થૂળ એવા ત્રણ ભેદોવાળું આ જગત અને તેને ધારણ કરનાર બ્રહ્મ, જે આત્મા અને આધારરૂપે અભિવ્યક્ત થયું એટલું જ બ્રહ્મનું સ્વરૂપ નથી; તેનાથી વિશેષ પણ તે છે. તાત્પર્ય એ છે કે બ્રહ્મ જે સ્વરૂપે અભિવ્યક્ત થયું છે, જે આજે આપણને દેખાય છે અને ભૂતકાળમાં જે કંઈ હતું તે બધું મળીને પરબ્રહ્મ પરમાત્માનું સમગ્ર રૂપ છે.

પૂર્ણ બ્રહ્મ પરમાત્મા સાકાર પણ છે, નિરાકાર પણ છે અને સાકાર - નિરાકાર બન્નેથી પર પણ છે. આ સંપૂર્ણ જગત તેમનું સ્વરૂપ હોવા છતાં તે બધાથી સર્વથા પર છે. એટલે સર્વગુણોથી રહિત, નિર્વિશેષ પણ છે. તેઓ સર્વગુણ સંપન્ન છે એમ માનવું એ જ તેને સર્વાંગપૂર્ણ માનવા બરાબર છે.

તેઓ આ જગતના અંતર્યામી છે તેથી તેઓ સર્વાત્મા બ્રહ્મ છે.

સર્વં હ્યેતદ્બ્રહ્માયમાત્મા બ્રહ્મ સોડયમાત્મા ચતુષ્પાત્ ॥ ૨ ॥

શબ્દાર્થ : હિ કારણ કે; એતત્ - આ; સર્વમ્ - બધું જ; બ્રહ્મ - બ્રહ્મ છે; અયમ - આ; આત્મા - પરમાત્મા (જે આ દૃશ્ય-જગતમાં પરિપૂર્ણ છે; બ્રહ્મ - બ્રહ્મ જ છે; સ - તે; અયમ - આ; આત્મા=પરમાત્મા - ચાર ચરણોવાળો છે. ॥ ૨ ॥

ભાવાર્થ : આ સંપૂર્ણ જગત બ્રહ્મથી ભિન્ન નથી. આ પરમાત્મા ચાર પાદવાળા છે.

વિવેચન : આ ચાર ચરણ અથવા વિભાગ આ પ્રમાણે છે :

૧. <u>**જાગ્રત અવસ્થા**</u> એટલે પરમાત્માનું સ્થૂળ સ્વરૂપ, જે અક્ષર બ્રહ્મ છે.

૨. <u>**સ્વપ્ન અવસ્થા**</u> એટલે પરમાત્માનું સૂક્ષ્મ સ્વરૂપ, આંતરિક સ્થિતિ છે.

૩. <u>**સુષુપ્ત અવસ્થા**</u> એટલે પરમાત્માનું કારણ સ્વરૂપ, જે સૃષ્ટિના સર્જનનો મૂળ સ્રોત છે.

૪. <u>**સમાધિ (તુરીય) અવસ્થા**</u> એ પરમાત્માનું મૂળ સ્વરૂપ છે. તુરીય અવસ્થા અથવા નિર્બીજ સમાધિમાં સાધકને આત્મ સાક્ષાત્કાર થાય છે. લૌકિક ભાષામાં જીવ - શિવનું મિલન થાય છે.

અહીં આપણે સ્પષ્ટ થઈ જઈએ કે વાસ્તવમાં અખંડ, નિરવયવ પરબ્રહ્મ પરમાત્માને ચાર પાદ અથવા ચાર વિભાગોમાં વહેંચવા પણ યોગ્ય નથી. તથાપિ એમના સમગ્ર રૂપની વ્યાખ્યા કરવા, એમની અભિવ્યક્તિના પ્રકાર ભેદોને સમજાવવા માટે શ્રુતિઓમાં અનેક સ્થળે ચાર પાદની કલ્પના કરવામાં આવી છે.

જાગરિતસ્થાનો બહિઃપ્રજ્ઞઃ સપ્તાઙ્ગ એકોનવિંશતિ મુખઃ
સ્થૂલભૂક્ વૈશ્વાનરઃ પ્રથમઃ પાદઃ ॥ ૩ ॥

શબ્દાર્થ : જાગરિતસ્થાન - જાગ્રત - અવસ્થાની જેમ આ સંપૂર્ણ સ્થૂળ જગત જેનું સ્થાન એટલે શરીર છે; બહિષ્પ્રજ્ઞ - જેનું જ્ઞાન આ બાહ્ય જગતમાં ફેલાયેલું છે; સપ્તાઙ્ગ - ભૂઃ, ભુવઃ આદિ સાત લોક જ જેનાં સાત અંગ છે; એકોનવિંશતિમુખઃ - પાંચ જ્ઞાનેન્દ્રિયો, પાંચ કર્મેન્દ્રિયો, પાંચ પ્રાણ અને ચાર અંતઃકરણ - આ વિષયોને ગ્રહણ કરનારા ઓગણીસ સમિષ્ટ "કરણ" જ જેનાં ઓગણીસ મુખ છે; સ્થૂલમુક - જે આ સ્થૂળ જગતનો ભોક્તા - તેનો અનુભવ કરનારો તથા જાણનારો છે; - તે; વૈશ્વાનરઃ - વૈશ્વાનર (વિશ્વને ધારણ કરનારો); પ્રથમ - પહેલું; પાદઃ - પાદ છે. ॥ ૩ ॥

ભાવાર્થ : જાગરિતસ્થાન, જીવાત્માની જાગ્રત અવસ્થા, જેમાં સ્થૂળ શરીરનો અભિમાની જીવાત્મા માથાથી પગ સુધી, સાત અંગો સહિત, સ્થૂળ વિષયોના ઉપભોગનાં દ્વાર સમાન દસ ઈન્દ્રિયો, પાંચ પ્રાણ અને અંતઃકરણ (મન, બુદ્ધિ, ચિત્ત, અહંકાર) એવાં કુલ ૧૯ મુખોથી વિષયોનો ઉપભોગ કરે છે. તેનું વિજ્ઞાન બાહ્ય જગતમાં વિસ્તારિત રહે છે.

વિવેચન : સાત લોકરૂપ સાત અંગો તથા સમષ્ટિ ઈન્દ્રિયો, પ્રાણ તેમજ અંતઃકરણ, એમ કુલ ૧૯ મુખોથી આ સ્થૂળ જગતરૂપ શરીરનો આત્મા, જે બધા જ દેવતા, પિતર, મનુષ્ય વગેરે સમસ્ત પ્રાણીઓનો પ્રેરક અને સ્વામી હોવાને નાતે આ સ્થૂળ જગતમાં જ્ઞાતા અને ભોક્તા છે, તેની અભિવ્યક્તિ બાહ્ય સ્થૂળ જગતમાં થઈ રહી છે. તે સર્વરૂપ "વૈશ્વાનર" એ પૂર્ણ બ્રહ્મ પરમાત્માનું પ્રથમ પાદ તથા ઓમની અ માત્રા છે.

જે અંગો દ્વારા મનુષ્ય વિષયો ભોગવે છે તેના ઊર્ધ્વીકરણની વિવિધ સાધનાઓ અધ્યાત્મ માર્ગમાં દર્શાવવામાં આવી છે.

સ્વપ્નસ્થાનોઽન્તઃપ્રજ્ઞ સપ્તાઙ્ગ એકોનવિંશતિમુખઃ
પ્રવિવિક્ત ભૂક્તૈજસો દ્વિતીયઃ પાદઃ ॥ ૪ ॥

શબ્દાર્થ : સ્વનસ્થાનઃ - સ્વપ્નની જેમ સૂક્ષ્મ જગત જ જેનું સ્થાન છે; અન્તઃપ્રજ્ઞ - જેનું જ્ઞાન સંકલ્પમય સૂક્ષ્મ જગતમાં વ્યાપ્ત છે; સપ્તાઙ્ગઃ - પહેલાં કહેલાં સાત અંગોવાળા (અને); એકોનવિંશતિમુખઃ - ઓગણીસ મુખોવાળા; પ્રવિવિક્તમુક્ - સૂક્ષ્મ જગતના ભોક્તા; તૈજસઃ - તૈજસ - પ્રકાશના સ્વામી સૂત્રાત્મા હિરણ્યગર્ભ; દ્વિતીયઃ પાદઃ - એ પરબ્રહ્મ પરમાત્માનું બીજું પાદ છે. ॥ ૪ ॥

ભાવાર્થ : સ્વપ્નસ્થાન, જીવાત્માની સ્વપ્નાવસ્થા, જેમાં ઉપર કહ્યો તેવો જીવાત્મા જાગ્રત અવસ્થામાં સ્થૂળ શરીરનો અભિમાની જે રીતે વિષયોનો ભોક્તા હતો તે જ રીતે એ સ્વપ્નાવસ્થામાં સૂક્ષ્મ સાત અંગો અને ઓગણીસ મુખોવાળો જીવાત્મા સૂક્ષ્મ વિષયોનો ભોગ કરે છે અને તેમાં જ તે ફેલાયેલો રહે છે. તે "તૈજસ" અર્થાત્ પૂર્ણબ્રહ્મ પરમાત્માનો બીજો પાદ છે, જે ઓમની બીજી માત્રા ઉ છે.

વિવેચન : બધી જ જ્યોતિની જ્યોતિ, સૌને પ્રકાશિત કરનારા, પરમ પ્રકાશમય હિરણ્યગર્ભરૂપ પરમેશ્વરનું જ વર્ણન અહીં "તૈજસ" નામથી થયું છે. પછી આગળ ઉપર દસમાં શ્લોકમાં ઓમકારની બીજી માત્રા ઉ સાથે તેની એકતા સ્થાપિત કરતાં તેને શ્રેષ્ઠ બતાવવામાં આવ્યો છે. તેને જાણી લેવાનું ફળ જ્ઞાન પરંપરાની વૃદ્ધિ અને જાણનારાના સંતાનને જ્ઞાની કહેવામાં આવે છે.

યત્ર સુપ્તો ન કશ્ચન કામં કામયતે ન કશ્ચન સ્વપ્નં પશ્યતિ તત્સુષુપ્તમ્
સુષુપ્તસ્થાન એકીભૂતઃ પ્રજ્ઞાનઘન એવાનન્દભયો હ્યાનન્દભુક્ચેતોમુખઃ
પ્રાજ્ઞઃ તૃતીયઃ પાદઃ ॥ ૫ ॥

શબ્દાર્થ : યત્ર - જે અવસ્થામાં; સુપ્તઃ - સૂતેલો (મનુષ્ય); કશ્ચન - કોઈ પણ; કામમ્ કામયતે - ભોગની કામના કરતો નથી; કશ્ચન - કોઈ પણ; સ્વપ્નમ્ - સ્વપ્ન; ન - નથી; પશ્યતિ - જોતો; તત્ - તે; સુષુપ્તમ્ - સુષુપ્તિ - અવસ્થા છે; સુષુપ્તસ્થાનઃ - તેવી સુષિપ્તિની જેમ જે જગતની પ્રલય - અવસ્થા અર્થાત્ કારણ અવસ્થા છે, એ જ જેનું શરીર છે; એકીભૂતઃ - જે એકરૂપ થઈ

રહ્યો છે; **પ્રજ્ઞાનઘનઃ એવ** - જે એકમાત્ર ઘનીભૂત વિજ્ઞાન સ્વરૂપ છે; **આનંદમયઃ હિ** - જે એકમાત્ર આનંદમય અર્થાત્ આનંદ સ્વરૂપ જ છે; **ચેતોમુખઃ** - પ્રકાશ જ જેનું મુખ છે; **આનંદભુક્** - જે એકમાત્ર આનંદનો જ ભોક્તા છે (તે); **પ્રાજ્ઞ** - પ્રાજ્ઞ; **તૃતીયઃ પાદઃ** - (બ્રહ્મનો) ત્રીજો પાદ છે. ॥ ૫ ॥

ભાવાર્થ : સુષુપ્તસ્થાન, સુષુપ્તાવસ્થામાં એટલે ગાઢ નિદ્રામાં સૂતેલો મનુષ્ય કોઈ પ્રકારના ભોગની કામના કરતો નથી. તે કોઈ સ્વપ્ન પણ જોતો નથી. આ પ્રજ્ઞાનઘન અવસ્થા, કારણ અવસ્થા અથવા પ્રલયકાળ જેવી અવસ્થા હોય છે. ત્યારે જીવાત્મા આનંદરૂપ બની જાય છે, જેનું મુખ પ્રકાશમય છે અને તે આનંદનો ભોક્તા છે. આ બ્રહ્મનું ત્રીજું પાદ અને ઓમની મ માત્રા છે.

વિવેચન : જે સ્થિતિમાં જીવાત્મા સ્વપ્ન જોતો નથી, ઈન્દ્રિયો નિષ્ક્રિય રહે છે અને મન પણ શાંત છે, એટલે ત્યાં મનનો અસ્થાયીરૂપે લય થઈ જાય છે તેવી ગાઢ નિદ્રાની સ્થિતિને સુષુપ્તિ અવસ્થા કહે છે. જીવની આ કારણ અવસ્થા છે. તે અહીં પ્રજ્ઞાનઘન સ્વરૂપે હોય છે એટલે તે આંતર - બાહ્ય પ્રવૃત્ત સ્થિતિમાં હોતી નથી. તેથી જીવ આનંદની અનુભૂતિ કરે છે.

પ્રલયકાળમાં જેમ જગત કારણ અવસ્થામાં સ્થિત થાય છે, તેમ સુષુપ્તિ અવસ્થામાં અસ્થાયીરૂપે તે કારણ અવસ્થામાં સ્થિત થાય છે. તેમાં અનેક રૂપો પ્રગટ થતાં નથી. તેનું એક માત્ર ચેતના (પ્રકાશ) જ મુખ છે અને આનંદ જ ભોજન છે.

એષ સર્વેશ્વર એષ સર્વજ્ઞ એષોઽન્તર્યામ્યેષ યોનિઃ
સર્વસ્ય પ્રભાવપ્યયૌ હિ ભૂતાનામ્ ॥ ૬ ॥

શબ્દાર્થ : **એષઃ** - આ; **સર્વેશ્વરઃ** - સૌનો ઈશ્વર છે; **એષઃ** - આ; **સર્વજ્ઞઃ** - સર્વજ્ઞ છે; **એષઃ** - આ; **અન્તર્યામી** - સૌનો અંતર્યામી છે; **એષઃ** - આ; **સર્વસ્ય** - સંપૂર્ણ જગતનું; **યોનિઃ** - કારણ છે; **હિ** - કારણ કે; **ભૂતનામ્** - સમસ્ત પ્રાણીઓનું; **પ્રભવાપ્યયૌ** - ઉત્પત્તિ, સ્થિતિ અને પ્રલયનું સ્થાન આ જ છે. ॥ ૬ ॥

ભાવાર્થ : ઉપર્યુક્ત જાગરિતસ્થાન, સ્વપ્ન સ્થાન અને સુષુપ્ત સ્થાન, આ ત્રણેય સ્થાનોમાં પરમેશ્વરના ત્રણ પાદોનું વર્ણન કરવામાં આવ્યું છે. તે જ સર્વેશ્વર, સર્વજ્ઞ અને સર્વના અંતર્યામી તથા સંપૂર્ણ જગતનું કારણ છે; કારણ કે બધાં જ પ્રાણીઓની ઉત્પત્તિ, સ્થિતિ અને પ્રલયનું સ્થાન તે જ છે.

વિવેચન : જાગ્રત, સ્વપ્ન અને સુષુપ્ત અવસ્થાનું વર્ણન કર્યા પછી તુરીય અવસ્થાનું વર્ણન કરતાં પહેલાં ઋષિ પરમાત્માનું સ્વરૂપ સ્પષ્ટ કરવા માગે છે. પરમાત્મા સર્વેશ્વર, સર્વજ્ઞ અને સર્વના અંતર્યામી છે તથા સમસ્ત જીવસૃષ્ટિનું ઉત્પત્તિ, સ્થિતિ તથા લયનું સ્થાન છે.

પ્રશ્નોપનિષદમાં ત્રણેય માત્રાઓથી યુક્ત ઓમકાર દ્વારા પરમપુરુષ પરમાત્માનું ધ્યાન કરવાની વાત કહીને તેનું ફળ સમસ્ત પાપોથી રહિત બની અવિનાશી પરાત્પર પુરુષોત્તમને પ્રાપ્ત કરી લેવાનું બતાવ્યું છે. તેથી ઉપર વર્ણિત વૈશ્વાનર, તૈજસ અને પ્રાજ્ઞ એ પરમેશ્વરનાં જ નામ છે. અલગ અલગ સ્થિતિમાં તેમનું ભિન્ન ભિન્ન નામોથી વર્ણન કરવામાં આવ્યું છે.

નાન્તઃપ્રજ્ઞં ન બહિઃપ્રજ્ઞં નોભયતઃ પ્રજ્ઞં ન પ્રજ્ઞાનઘનં ન પ્રજ્ઞં નાપ્રજ્ઞમ્ । અદૃષ્ટમવ્યવહાર્યમગ્રાહ્યમલક્ષણમચિન્ત્યમવ્યપદેશ્યમેકાત્મપ્રત્યયસારં પ્રપઞ્ચોપશમં શાન્તં શિવમદ્વૈતં ચતુર્થં મન્યન્તે સ આત્મા સ વિજ્ઞેયઃ ॥ ૭ ॥

શબ્દાર્થ : ન અન્તઃ પ્રજ્ઞમ્ - જે ન અંદર તરફ પ્રજ્ઞાવાળો છે; ન બહિષ્પ્રજ્ઞમ્ - ન બહાર તરફ પ્રજ્ઞાવાળો છે; ન પ્રજ્ઞાનઘનમ્ - ન પ્રજ્ઞાનઘન છે; ન પ્રજ્ઞમ્ - ન જાણનારો છે; ન અપ્રજ્ઞમ્ - ન નહીં જાણનારો છે; અદૃષ્ટમ્ - ન જોવા મળ્યો છે; અવ્યવહાર્યમ્ - જેને વ્યવહારમાં લાવી શકાતો નથી; અગ્રાહ્યમ્ - જે ન પકડમાં આવી શકે છે; અલક્ષણમ્ - જેનાં કોઈ લક્ષણ (ચિહ્ન) નથી; અચિન્ત્યમ્ - જેનું ચિંતન કરી શકાતું નથી; અવ્યપદેશ્યમ્ - જેને બતાવી શકાતો નથી; એકાત્મપ્રત્યયસારમ્ - એકમાત્ર આત્મસત્તાની પ્રતીતિ જ જેનો સાર (પ્રમાણ) છે; પ્રપઞ્ચોપશમમ્ - જેનામાં પ્રપંચનો સર્વથા અભાવ છે, એવો;

શાન્તમ્ - સર્વથા શાંત; શિવમ્ - કલ્યાણમય; અદ્વૈતમ્ - અદ્વિતીય તત્ત્વ; ચતુર્થમ્ - (પરબ્રહ્મ પરમાત્માનો) ચોથો પાદ છે; મન્યન્તે - (એવું બ્રહ્મજ્ઞાની) માને છે; સઃ આત્મા - તે પરમાત્મા (છે); સઃ વિજ્ઞેયઃ - તે જાણવા યોગ્ય છે. ॥ ૭ ॥

ભાવાર્થ : આ મંત્રમાં નિર્ગુણ, નિરાકાર, નિર્વિશેષ સ્વરૂપને પૂર્ણબ્રહ્મ પરમાત્માનો ચોથો પાદ કહ્યો છે. અહીં કહેવાનું તાત્પર્ય એ છે કે જેનું જ્ઞાન ન બહાર તરફ છે, ન અંદર તરફ છે અને ન બન્ને તરફ છે; જે ન જ્ઞાનસ્વરૂપ છે, જે ન જાણનારો છે અને નહીં ન જાણનારો પણ છે; જે નથી જોવામાં આવતો, જે ન વ્યવહારમાં લાવી શકાય તેમ છે, જે ન ગ્રહણ કરી શકાય છે, જેનું ન ચિંતન થઈ શકે છે અને ન એનું કોઈ લક્ષણ છે, જેનામાં તમામ પ્રપંચનો અભાવ છે, એકમાત્ર પરમાત્માની સત્તાની પ્રતીતિ જ જેમાં સારરૂપ પ્રમાણ છે. એવા સર્વથા, શાંત કલ્યાણમય, અદ્વિતીય તત્ત્વને પૂર્ણબ્રહ્મનો ચોથો પાદ માનવામાં આવે છે. આ રીતે જેનું ચાર પાદમાં વિભાજિત કરીને વર્ણન કરવામાં આવ્યું છે તે જ પૂર્ણબ્રહ્મ પરમાત્મા છે, તેને જ જાણવો જોઈએ અને તે જ ઓમકારની ચંદ્રબિન્દી છે.

વિવેચન : આ મંત્રમાં ''ચતુર્થમ્ મન્યતે'' શબ્દનો ઉપયોગ થયો છે તેથી સ્પષ્ટ થાય છે કે પરબ્રહ્મ પરમાત્માના ચાર પાદોની કલ્પના ફકત એમનું તત્ત્વ સમજાવવા માટે કરવામાં આવી છે; ખરેખર તો એ અવયવ રહિત પરમાત્માના કોઈ ભાગ ન હોઈ શકે. જે પૂર્ણબ્રહ્મ પરમાત્મા સ્થૂળ જગતમાં પરિપૂર્ણ છે એ જ સૂક્ષ્મ અને કારણ જગતના અંતર્યામી અને અધિષ્ઠાતા પણ છે; તથા તે આ બધાથી અલગ નિર્વિશેષ પરમાત્મા છે. તે સગુણ પણ છે અને તે નિર્ગુણ પણ છે. તે સાકાર પણ છે અને તે નિરાકાર પણ છે. સાચું પૂછો તો તે આપણી બુદ્ધિ અને તર્કથી પર છે, એ શ્રદ્ધાનો વિષય છે.

સોઽયમાત્માધ્યક્ષરમોઙ્કારોઽધિમાત્રં પાદા માત્રા માત્રાશ્ચ
પાદા અકાર ઉકારો મકાર ઇતિ ॥ ૮ ॥

શબ્દાર્થ : સઃ - તે (જેને ચાર પાદવાળો કહ્યો છે); અયમ - આ; આત્મા - પરમાત્મા; અધ્યક્ષરમ્ - (જેનો વાચક) પ્રણવના અધિકારમાં (પ્રકરણમાં) વર્ણિત હોવાથી; અધિમાત્રમ્ - ત્રણ માત્રાઓ સહિત; ઓંકાર - ઓમકાર છે; - 'અ'; ઉકારઃ - 'ઉ'(તથા); - 'મકાર'; 'મ'; ઇતિ - આ (ત્રણેય); માત્રાઃ - માત્રાઓ જ; પાદાઃ - (ત્રણ) પાદ છે; ચ - તથા; પાદાઃ - (એ બ્રહ્મના ત્રણ) પાદ જ; માત્રાઃ - (ત્રણ) માત્રાઓ છે. ॥ ૮ ॥

ભાવાર્થ : એ પરબ્રહ્મ પરમાત્મા, જેમના ચાર પાદોનું વર્ણન કરવામાં આવ્યું છે તે અહીં અક્ષરના પ્રકરણમાં પોતાના નામથી અભિન્ન હોવાને કારણે ત્રણ માત્રાઓવાળો ઓમકાર છે. અ, ઉ અને મ આ ત્રણેય માત્રાઓ એમના ત્રણ પાદ છે અને બ્રહ્મના ત્રણ પાદ ઓમકારની ત્રણ માત્રાઓ છે. જે રીતે ઓમકાર પોતાની માત્રાઓથી અલગ નથી, તે જ રીતે પરમાત્મા પોતાના પાદોથી અલગ નથી. અહીં પાદ અને માત્રાઓની એકતા ઓમકાર દ્વારા પરબ્રહ્મ પરમાત્માની ઉપાસના માટે કરવામાં આવી છે.

જાગરિતસ્થાનો વૈશ્વાનરોઽકારઃ પ્રથમા માત્રા આપ્તેરાદિમત્ત્વાદ્વાપ્નોતિ હ વૈ સર્વાન્કામાનાદિશ્ચ ભવતિ ય એવં વેદ ॥ ૯ ॥

શબ્દાર્થ : પ્રથમાઃ - (ઓમકારની) પહેલી; માત્રા - માત્રા; અકારઃ - અકાર જ; આપ્તેઃ - (સમસ્ત જગતનાં નામોમાં એટલે કે શબ્દ માત્રમાં) વ્યાપ્ત હોવાને કારણે; વા - તથા; આદિમત્ત્વાત્ - પ્રથમ હોવાને કારણે; જાગરિતસ્થાનઃ - જગતની જેમ સ્થૂળ જગત - રૂપ શરીરવાળો; વૈશ્વાનરઃ - વૈશ્વાનર નામનો પહેલો પાદ છે; યઃ - જે; એવમ્ - આ રીતે; વેદ - જાણે છે; [સઃ] હ વૈ - તે અવશ્ય જ; સર્વાન્ - સંપૂર્ણ; કામાન્ - ભોગોને; આપ્નોતિ - પ્રાપ્ત કરી લે છે; ચ - તથા; આદિઃ - સૌનો આદિ (પ્રધાન); ભવતિ - બની જાય છે. ॥ ૯ ॥

ભાવાર્થ : પરબ્રહ્મ પરમાત્માના નામાત્મક ઓમકારની જે પહેલી માત્રા અ છે તે સમસ્ત જગતનાં નામોમાં અર્થાત્ તમામ શબ્દોમાં વ્યાપ્ત છે. સ્વર અથવા

વ્યંજન - કોઈપણ અક્ષર અ (અકાર) વગરનો અધૂરો છે. તે જ રીતે જગતરૂપ વિરાટ શરીરમાં વૈશ્વાનર રૂપે અંતર્યામી પરમેશ્વર વ્યાપ્ત છે એમ વેદ પણ કહે છે.

વિવેચન : શ્રુતિ પણ કહે છે, ''અકારો વૈ સર્વા વાક્'' - ગીતામાં ભગવાન શ્રીકૃષ્ણ કહે છે, ''અક્ષરોમાં પ્રથમ અક્ષર અ હું છું.'' આ રીતે અ ની અને જગતની જેમ પ્રત્યક્ષ જોવા મળતા આ સ્થૂળ જગતરૂપ શરીરમાં વ્યાપ્ત વૈશ્વાનર નામક પ્રથમ પાદની એકતા હોવાથી અ જ પરમાત્માનો પ્રથમ પાદ છે. જે મનુષ્ય આ રીતે અકાર તથા વિરાટ શરીરના આત્મા-પરમાત્માની એકતા જાણે છે અને તેમની ઉપાસના કરે છે, એટલે કે પરમાત્માની યોજના અનુસાર કર્મ કરે છે તે પોતાની સંપૂર્ણ કામનાઓ, એટલે ઈચ્છિત પદાર્થોને પ્રાપ્ત કરી લે છે. ભૌતિક જીવનમાં સફળ થવા માટે અ ની ઉપાસના કરવી જોઈએ.

સ્વપ્નસ્થાનસ્તૈજસ ઉકારો દ્વિતીયા માત્રોત્કાર્ષાદુભયત્વાદ્વોત્કર્ષતિ હ વૈ જ્ઞાનસંતતિં સમાનશ્ચ ભવતિ । નાસ્યા બ્રહ્મવિત્કુલે ભવતિ ય એવં વેદ ॥ ૧૦ ॥

શબ્દાર્થ : દ્વિતીયા - (ઓમકારની) બીજી; માત્રા - માત્રા; ઉકાર: - 'ઉ'; ઉત્કર્ષાત્ ('અ' થી) ઉત્કૃષ્ટ હોવાને કારણે; વા - તથા; ઉભયત્વાત્ - બન્ને ભાવવાળો હોવાને કારણે; સ્વપ્નસ્થાન: - સ્વપ્નની જેમ સૂક્ષ્મ જગતરૂપ શરીરવાળો; તૈજસ: - તૈજસ નામનો (બીજો પાદ) છે; એવમ્ - જે; - આ રીતે; વેદ - જાણે છે; [સ:] હ વૈ - તે નિશ્ચિત રૂપે; જ્ઞાનસંતતિમ્ - જ્ઞાનની પરંપરાને; ઉત્કર્ષતિ - ઉન્નત કરે છે; ચ: - તથા; સમાન: - સમાન ભાવવાળો; ભવતિ - બની જાય છે; અસ્ય - તેના; કુલે - કૂળમાં; અબ્રહ્મવિત્ - હિરણ્યગર્ભરૂપ પરમેશ્વરને ન જાણનારો; ન - નથી; ભવતિ - હોતો. ॥ ૧૦ ॥

ભાવાર્થ : પરબ્રહ્મ પરમાત્માના નામાત્મક ઓમકારની બીજી માત્રા ઉ છે. આ ઉ એ અ થી ઉત્કૃષ્ટ એટલે ઉપર ઊઠેલો હોવાથી તે શ્રેષ્ઠ છે, અને અ તથા મ વચ્ચે આવેલો હોવાથી બન્ને સાથે ઘનિષ્ઠ સંબંધ ધરાવે છે. એ જ રીતે તે

વૈશ્વાનરથી તૈજસ (હિરણ્યગર્ભ) ઉત્કૃષ્ટ છે તથા વૈશ્વાનર અને પ્રાજ્ઞની વચ્ચે હોવાથી ઉભય સંબંધી પણ છે. આ સમાનતાને લીધે ઉ ને તૈજસ નામનો બીજો પાદ કહ્યો છે.

જે મનુષ્ય આ રીતે ઉ તથા તેજોમય હિરણ્યગર્ભની એકતાના રહસ્યને સમજી લે છે તે આ જગતનાં સૂક્ષ્મ તત્ત્વોને સારી રીતે પ્રત્યક્ષ પામી લે છે. તેથી તે જ્ઞાનની પરંપરાને ઉન્નત બનાવે છે, તથા સર્વત્ર સમભાવવાળો બની જાય છે.

વિવેચન : ઓમકારના ઉ ની ઉપાસના કરનાર સાધક દ્વારા જગતનાં સૂક્ષ્મ તત્ત્વોને સમજી લેવાથી એટલે કે તેનું વાસ્તવિક રહસ્ય સમજાઈ જવાથી તેની વિષમતાનો નાશ થઈ જાય છે. તેને લીધે એ પરંપરામાં ઉત્પન્ન થનાર કોઈ સંતાન એવું નથી હોતું જેને હિરણ્યગર્ભ પરમેશ્વરના ઉપર્યુક્ત રહસ્યનું જ્ઞાન ન થઈ જાય. સૂક્ષ્મતામાં આધ્યાત્મિક મનની સ્થિતિ પર પરમાત્માની અસર થાય છે, તેથી મન વધુ સૂક્ષ્મમાં જાય છે. ગાઢ નિદ્રામાં જીવાત્મા અંતર્યામી પાસેથી પ્રકાશ અને આનંદ પ્રાપ્ત કરે છે.

સુષુપ્તસ્થાનઃ પ્રાજ્ઞો મકારસ્તૃતીયા માત્રા મિતેરપીતેર્વા
મિનોતિ હ વા ઇદં સર્વમપીતિશ્ચ ભવતિ ય એવં વેદ ॥ ૧૧ ॥

શબ્દાર્થ : તૃતીયા - (ઓમકારની) ત્રીજી; માત્રા - ભાત્રા; - મકાર - 'મ' જ; મિતેઃ - માપ કરનારી (જાણનારી) હોવાને કારણે; વા - તથા; અપીતેઃ - વિલીન કરનારી હોવાને લીધે; સુષુપ્તસ્થાનઃ - સુષુપ્તિની જેમ કારણમાં વિલીન જગત જ જેનું શરીર છે; પ્રાજ્ઞઃ - પ્રાજ્ઞ નામનો ત્રીજો પાદ છે; યઃ - જે; એવમ્ - આ રીતે; વેદ - જાણે છે; [સઃ] હ વૈ - તે અવશ્ય જ; ઇદમ - આ; સર્વમ્ - સંપૂર્ણ કારણ - જગતને; મનોતિ - માપી લે છે એટલે કે સારી રીતે જાણી લે છે; ચ - તથા; અપીતિઃ - સૌને પોતાનામાં વિલીન કરનારો; ભવતિ - બની જાય છે. ॥ ૧૧ ॥

ભાવાર્થ : પરમાત્માના નામાત્મક ઓમકારની ત્રીજી માત્રા મ છે. આ અક્ષર મા ધાતુથી બનેલો છે. મા ધાતુનો અર્થ માપી લેવું એવો થાય છે. એટલે કે આ વસ્તુ આટલી છે એ સમજી લેવું. મ ઓમકારની ત્રીજી અને અંતિમ માત્રા છે. તે અ અને ઉ પછી ઉચ્ચારિત થાય છે. તેથી એ બન્નેનું માપ તેમાં આવી જાય છે. અ અને ઉ બન્ને મ માં વિલીન થઈ જાય છે. આ રીતે સુષુપ્ત સ્થાનીય કારણ જગતનો અધિષ્ઠાતા પ્રાજ્ઞ પણ સર્વજ્ઞ છે. તે સ્થૂળ, સૂક્ષ્મ અને કારણ - આ ત્રણેય અવસ્થામાં સ્થિત જગતને જાણનારો છે.

વિવેચન : મ ના ઉચ્ચારણ સાથે બન્ને હોઠ ભેગા થાય છે અને એક પ્રકારનો ગુંજારવ થાય છે. કારણ જગતથી જ સૂક્ષ્મ અને સ્થૂળ જગતની ઉત્પત્તિ થાય છે અને અંતે તેનો તેમાં જ લય થાય છે. આ રીતે મ ની અને કારણ જગતના અધિષ્ઠાતા પ્રાજ્ઞ નામના બ્રહ્મના ત્રીજા પાદની સમતા હોવાથી મ રૂપ ત્રીજી માત્રા જ બ્રહ્મનો ત્રીજો પાદ છે.

જે સાધક મ અને પ્રાજ્ઞ સ્વરૂપ પરમાત્માની એકતાને જાણે છે. આ રહસ્યને સમજીને ઓમકારના સ્મરણ દ્વારા પરમેશ્વરનું ચિંતન કરે છે તે મૂળ સહિત સંપૂર્ણ જગતને પૂરી રીતે માપી લે છે. તેથી તેની બાહ્ય દૃષ્ટિ નિવૃત્ત થઈ જાય છે. તે સર્વત્ર પરબ્રહ્મ પરમાત્માને જ જોનારો બની જાય છે. આ ઊચ્ચ સ્થિતિમાં તેને નાશવંત ચીજોની ઓળખ થઈ જાય છે, તેથી તેની ભૌતિક ચીજો પ્રત્યેની આસક્તિ છૂટી જાય છે.

અમાત્રશ્ચતુર્થોઽવ્યવહાર્યઃ પ્રપઞ્ચોપશમઃ શિવોઽદ્વૈત એવમોઙ્કાર
આત્મૈવ સંવિશત્યાત્મનાત્માનં ય એવં વેદ ॥ ૧૨ ॥ ઇતિ ॥

શબ્દાર્થ : એવમ્ - આ રીતે; અમાત્રઃ - માત્રા રહિત; ઓંકાર - પ્રણવ જ; અવ્યવહાર્યઃ - વ્યવહારમાં ન આવનાર; પ્રપઞ્ચોપશમઃ - પ્રપંચથી અતીત; શિવઃ - કલ્યાણમય; અદ્વૈતઃ - અદ્વિતીય; ચતુર્થઃ - પૂર્ણ બ્રહ્મનો ચોથો પાદ છે; [સઃ] આત્મા - તે આત્મા; એવ - અવશ્ય જ; આત્મના - આત્મા દ્વારા; આત્માનમ્ - પરાત્પર બ્રહ્મ પરમાત્મામાં; સંવિશતિ - પૂર્ણરૂપે પ્રવિષ્ટ થઈ જાય

છે; ય - જે; એવમ્ - આ રીતે; વેદ - જાણે છે; યઃ એવમ્ વેદ - જે આ રીતે જાણે છે. ॥ ૧૨ ॥

ભાવાર્થ : પરબ્રહ્મ પરમાત્માના નામાત્મક ઓમકારનો જે અંતિમ ભાગ છે તેને સામાન્ય સમજણ માટે ચંદ્રબિંદી કહેવામાં આવે છે. તે માત્રા રહિત છે, તેથી તેનું ઉચ્ચારણ થતું નથી. તે પ્રપંચ રહિત, કલ્યાણમય, અદ્વિતીય, નિર્ગુણ, નિરાકારરૂપ બ્રહ્મનો ચોથો પાદ છે. જે રીતે ઓમકારની ત્રણેય માત્રાઓની બ્રહ્મના ત્રણેય પાદ સાથે સમતા છે, તે રીતે ઓમકારના આ ચિહ્નની બ્રહ્મના નિરાકાર ચોથા પાદ સાથે સમતા છે.

વિવેચન : ઓમકારના અકાર, ઉકાર અને મકાર ના અનુસંધાનમાં સામાન્ય લોકો ઓમકારની આ ચોથી માત્રાને રકાર કહે છે, પરંતુ એ રકાર નથી, કારણ કે તેનો ઉચ્ચાર જ થતો નથી.

જે સાધક ઓમકાર અને બ્રહ્મની એકતાના રહસ્યને સમજીને પરમાત્માને પામવા માટે નામજપનો આધાર લઈને તત્પરતાથી સાધના કરે છે તે નિસંદેહ આત્માથી આત્મામાં એટલે કે પરબ્રહ્મ પરમાત્મામાં પ્રવેશ પામી જાય છે. પછી તે પોતાના સંન્યસ્ત આશ્રમ તરફ ગતિ કરી શકે છે, અને પોતાની જ અંદર રહેલા આનંદમય કોષની ઓળખ પામી જાય છે. પછી તેનો આનંદ કોઈ નષ્ટ ન કરી શકે.

પરબ્રહ્મ પરમાત્મા અને તેમના નામનો મહિમા અપાર છે. તેનો પાર કોઈ પામી શક્યો નથી. અસીમ અને પૂર્ણ બ્રહ્મના ચાર પાદની કલ્પના તેમના સ્થૂળ, સૂક્ષ્મ અને કારણ - આ ત્રણેય રૂપોની તથા નિર્ગુણ અને નિરાકાર સ્વરૂપની એકતા દર્શાવવા માટે આ ઉપનિષદ્નો પ્રયત્ન સફળ થયો છે. તેનું સર્વભવન સામર્થ્યરૂપ અને જે અચિંત્ય શક્તિ છે તે તેનાથી સર્વથા અભિન્ન છે.

માંડૂક્ય ઉપનિષદ્ - પ્રશ્નોત્તરી

પ્ર-૧ પરમાત્માનું સ્વરૂપ કેવું છે ?

ઉત્તર પરમાત્મા સાકાર (અક્ષર બ્રહ્મ) અને નિરાકાર (પરબ્રહ્મ) બન્ને છે.

પ્ર-૨ જગત કેવું છે ?

ઉત્તર જગત કારણ, સૂક્ષ્મ અને સ્થૂળ એવા ત્રણ ભેદોવાળું છે, જેને ધારણ કરનાર બ્રહ્મ છે.

પ્ર-૩ જગત અને બ્રહ્મ અલગ છે ?

ઉત્તર જગત બ્રહ્મથી અલગ નથી. જગત બ્રહ્મનો આવિર્ભાવ છે, તેથી જગત પણ બ્રહ્મ જ છે.

પ્ર-૪ પરમાત્માના ચાર પાદ, ઓમની ચાર માત્રાઓ અને મનુષ્યની ચાર સ્થિતિની તુલના દ્વારા ઋષિ શું કહેવા માગે છે ?

ઉત્તર પરમાત્માના ચાર પાદની કલ્પના તેનું સ્વરૂપ સમજાવવા માટે કરી છે. ઓમની ચાર માત્રાઓની ક્રમશઃ ઉપાસના સાધકને પરમાત્મા તરફ લઈ જાય છે અને તેથી તેની સ્થિતિમાં ઊર્ધ્વગમન થાય છે. આ ત્રણેય વચ્ચેનું સામ્ય સાધનાથી ઉત્તરોત્તર ઊચ્ચ સ્થિતિ સમજાવવા માટે કરવામાં આવ્યું છે. આ સમજણ પ્રાપ્ત થવાથી સાધકનો આત્મ વિશ્વાસ દૃઢ થાય છે અને તે પોતાની અધ્યાત્મ યાત્રા, ક્રમશઃ આગળ વધારે છે.

પ્ર-૫ ૧૯ મુખવાળો પુરુષ એટલે કોણ ? તેનાં ૧૯ મુખ કયાં કયાં છે ?

ઉત્તર ૧૯ મુખવાળો પુરુષ જીવાત્મા છે. તેમાં ૫ જ્ઞાનેન્દ્રિયો + ૫ કર્મેન્દ્રિયો + ૫ પ્રાણ અને મન, બુદ્ધિ, ચિત્ત, અહંકાર સહિતનું અંતઃકરણ.

પ્ર-૬ પરમાત્માના ચાર પાદ કયા કયા ?

ઉત્તર વૈશ્વાનર, તૈજસ, પ્રાજ્ઞ અને સ્વયં બ્રહ્મ.

પ્ર-૭ જીવાત્માની ચાર સ્થિતિ કઈ કઈ ?

ઉત્તર જાગ્રત, સ્વપ્ન, સુષુપ્તિ અને સમાધિ (તુરીય)

પ્ર-૮ ઓમકારની ચાર માત્રાઓ ?

ઉત્તર અ, ઉ, મ અને ૐ

તેમાં અ ભૌતિક જીવન સમજાવે છે.

ઉ સૂક્ષ્મતા તરફ લઈ જાય છે.

મ ભૌતિક અને સૂક્ષ્મથી વધુ ઊંડાણપૂર્વક કારણ સ્વરૂપને સમજાવે છે.

ૐ પરબ્રહ્મ પરમાત્માનું વર્ણન કરે છે.

સંક્ષેપમાં ૐ એટલે પ્રણવ, તે પરમાત્માનું જ નામ છે.

પ્ર-૯ ઉપાસના એટલે શું ?

ઉત્તર ઉપાસના એટલે પરમાત્માની ભક્તિ કરવાની પદ્ધતિ. તે દ્વારા પરમાત્માને જાણવા. તેમનાં લક્ષણો જીવનમાં ઉતારવાં. તેમની પ્રત્યેક યોજનામાં સહાયક બનવું.

પ્ર-૧૦ પરમાત્માનાં લક્ષણો :

ઉત્તર પરમાત્મા નિર્ગુણ, નિરાકાર, નિરઅવયવી, સર્વેશ્વર, સર્વજ્ઞ, સર્વ સમર્થ અને સમસ્ત સૃષ્ટિના અંતર્યામી છે. પરમાત્મા જ સૃષ્ટિની ઉત્પત્તિ, સ્થિતિ અને લયનું સ્થાન છે.

પ્ર-૧૧ ઓમકારની પ્રથમ માત્રા અ ની ઉપાસના કરવાથી સાધકને શું પ્રાપ્ત થાય ?

ઉત્તર અ ની ઉપાસના કરનાર સાધકની કામનાઓ તૃપ્ત થાય. તેથી તે ઈચ્છિત ભૌતિક પદાર્થોનું સુખ પ્રાપ્ત કરી શકે.

પ્ર-૧૨ ઉ ની ઉપાસના કરવાથી શું ફળ મળે ?

ઉત્તર ઉ ની ઉપાસના કરનાર સાધક સૂક્ષ્મ જગતનાં તત્ત્વોને પામી શકે તે સમભાવવાળો બની જાય.

પ્ર-૧૩ મ નો ઉપાસક શું પામે ?

ઉત્તર મ ની ઉપાસના કરનારો સાધક સ્થૂળ, સૂક્ષ્મ અને કારણ એવી ત્રણેય અવસ્થાનો જ્ઞાતા બની, પ્રભુનું ચિંતન કરી સર્વત્ર પરમાત્માને જોનારો બને. તેની વિષમતાનો નાશ થાય.

પ્ર-૧૪ ૐ ની ચંદ્રબિંદીની ઉપાસના કરવાથી શું ફળ મળે ?

ઉત્તર ત્યારે સાધક બ્રહ્મમાં પ્રવેશ કરી જાય પછી તેને કંઈ મેળવવાનું શેષ રહેતું નથી.

માંડૂક્ય ઉપનિષદ્ના જ્ઞાનનો વ્યવહારમાં ઉપયોગ

૧. સાધક પોતાની જાગ્રત, સ્વપ્ન, સુષુપ્તિ અને તુરીય અવસ્થા સાથે ઓમકારની ચારેય માત્રાઓ અને બ્રહ્મના ચારેય પાદની સામ્યતા સમજીને પોતાની સાધનાને ઊર્ધ્વગામી બનાવે શકે છે.

અ માત્રાની સાધનાથી મનુષ્ય જાગ્રત સ્થિતિમાં સકામ સાધના દ્વારા ભૌતિક સુખ - સુવિધાઓ પ્રાપ્ત કરવા સાથે તેને એ સંસાધનોના સદુપયોગનું પણ જ્ઞાન પ્રાપ્ત થાય છે. તે ત્યાગીને ભોગવે છે તેથી તેના આત્માનું કલ્યાણ થાય છે.

ઉ માત્રાની સાધનાથી સાધક એક સોપાન ઊંચે ચઢે છે. તેને સૂક્ષ્મતાનું જ્ઞાન થાય છે અને તે સાથે તેને સ્થૂળ શરીરના ભોગો સૂક્ષ્મ શરીર દ્વારા ભોગવવાનું ભાન થાય છે.

મ માત્રાની સાધનાના ઉચ્ચ સોપાનમાં સાધકને વ્યક્તિ અને પરિસ્થિતિને માપી લેવાનું જ્ઞાન થાય છે. સુષુપ્તિ અવસ્થામાં તેનો જીવ આત્માથી નિકટ બનીને પરમ શાંતિ અનુભવે છે અને તેને આનંદની ઝાંખી થાય છે. પરિણામે ઈન્દ્રિય સંયમ સહજ બની જાય છે.

❧ ઓમની આ બિન્દુ સ્વરૂપ ચોથી માત્રાની સાધના સુધી પહોંચનાર સદ્ભાગી સાધક તુરીય અવસ્થા અથવા સમાધિનો અનુભવ કરે છે અને પરિણામે તે બ્રહ્મ સાક્ષાત્કાર અથવા આત્મ-સાક્ષાત્કારને પ્રાપ્ત કરે છે.

૨. સાધનાની સર્વોચ્ચ સ્થિતિએ પહોંચ્યા પછી સાધકની વ્યવહાર- બુદ્ધિ પારમિતા એટલે ઋતંભરા પ્રજ્ઞા બની જવાથી તેના મનની વિષમતા નષ્ટ થાય છે અને પોતાની ભીતર રહેલા અંતર્યામી જ બ્રહ્મનો આવિર્ભાવ છે એ દર્શન સ્પષ્ટ થવાથી ભેદની દીવાલો ધ્વસ્ત થાય છે અને સાચા અર્થમાં અદ્વૈતનો અનુભવ થાય છે.

૩. આ સ્થિતિમાં પરમાત્મા દ્વારા સૃષ્ટિના સર્જનનું રહસ્ય જ્ઞાત થવાથી પંચમહાભૂતો, અંતઃકરણ અને સર્વ જીવોમાં બ્રહ્માનાં દર્શન કરી શકે છે.

૪. આટલી ઊચ્ચ કક્ષાએ પહોંચેલો સાધક ષડરિપુ ઉપર શાસન કરે છે. પરિણામે તેને વેર-ઝેર, ઈર્ષ્યા-આસક્તિથી મુક્તિ મળે છે. તે ગુણાતીત બની જવાથી તમસ-રજસ-સત્ત્વમાં રાચતો નથી.

૫. આવો સાધક નિજાનંદમાં મસ્ત રહેવા સાથે પોતાનાં નિયત કર્મોને ભૂલતો નથી, પોતાના સામાજિક ઉત્તરદાયિત્વને સુપેરે નિભાવે છે. તેના શ્વાસોચ્છ્વાસમાં ઓમકારનો હંસધ્વનિ ભળી જાય છે. તેનું પ્રત્યેક કામ પૂજા, હર એક યાત્રા પરિક્રમા અને પ્રત્યેક શબ્દ સાર્થક બની જાય છે.

૬. પોતાની સ્થિતિ સાથે બ્રહ્માના વૈશ્વાનર, તૈજસ, પ્રાજ્ઞ અને પરબ્રહ્માના સ્વરૂપોનો અનુભવ થવાથી તેનો પ્રત્યેક શ્વાસ પ્રાણાયામ બની જાય છે અને એવો સાધક મોક્ષમાર્ગનો યાત્રી બની જાય છે એવો વિશ્વાસ જ્યારે ઋષિ આપણને અપાવે છે ત્યારે આ પ્રકારની યાત્રા આપણા માટે જીવન ક્રમ બની જાય છે.

9 798889 752837